காலிப் போத்தலில் நிறைந்திருக்கும் காற்று

அகவி

டிஸ்கவரி பப்ளிகேஷன்ஸ்
எண்: 9, பிளாட் எண்: 1080A, ரோஹிணி பிளாட்ஸ்
முனுசாமி சாலை, கே.கே.நகர் மேற்கு,
சென்னை - 600 078. பேச: 99404 46650

காலிப் போத்தலில் நிறைந்திருக்கும் காற்று (கவிதை)
ஆசிரியர்: அகவி©
Kaali Pothalil Niraindhirukkum Kaatru (Kavithai)
Author: Aghavi©

Print in India
ISBN: 978-93-95285-01-8
1st Edition: August 2022
வெளியீட்டு எண்: 0183
Pages - 104
Rs.120

Publisher • Sales Rights

Discovery Publications
No. 9, Plot:1080A, Rohini Flats,
Munusamy Salai, K.K.Nagar West,
Chennai - 600 078.
Mobile: +91 99404 46650

Discovery Book Palace (P) Ltd
No. 1055-B, Munusamy Salai,
K.K.Nagar West,
Chennai-600 078.
Contct: +91 87545 07070

discoverybookpalace@gmail.com
W W W . D I S C O V E R Y B O O K P A L A C E . C O M

இந்த நூலில் பிரசுரமாகியுள்ள எந்த ஒரு பகுதியையும் பதிப்பாளரின் எழுத்துபூர்வமான முன்அனுமதி பெறாமல் எடுத்தாள்வதோ, மறுபிரசுரம் செய்வதோ, மொழியாக்கம் செய்வதோ, அச்சு மற்றும் மின்னணு ஊடகங்களில் மறுபதிப்புச் செய்வதோ, காப்புரிமைச் சட்டப்படி தடை செய்யப்பட்டுள்ளது. இந்த நூலிலிருந்து குறிப்பிட்ட பகுதிகளை மேற்கோள்காட்டி புத்தக விமர்சனம் செய்ய ஊடகங்களுக்கு மட்டும் அனுமதி உண்டு.

உங்கள் மொபைல் போனிலிருந்து ஸ்கேன் செய்து 'டிஸ்கவரி புக் பேலஸ்' மொபைல் ஆப்பை டவுன்லோடு செய்து, புத்தகங்களை வாங்குங்கள்.

காணிக்கை

என் பள்ளி ஆசான் பெ.ஜெகதீசன்-மணிமேகலை
இணையரின் அன்புக்கு

நன்றி

keettru.com, Book day.com, தீக்கதிர் வண்ணக்கதிர், முகநூல் நண்பர்கள், தமிழ்நாடு முற்போக்கு எழுத்தாளர் மற்றும் கலைஞர்கள் சங்கம், பாவேந்தர் இலக்கியப் பேரவை பெரம்பலூர், சமூகநீதி படைப்பாளர்கள் சங்கம், தமிழ்நாடு கலை இலக்கியப் பெருமன்றம்.

க.பன்னீர்செல்வம் இ.வ.ப (பநி), பாட்டாளி, மகாத்மா செல்வபாண்டியன், க.மூர்த்தி, இ.தாகிர் பாட்ஷா, அரச முருகுபாண்டியன், தீனதயாளன், செல்லமுத்து, ஜெ.சங்கர். மரு.கருணாகரன், க.தமிழ்மாறன், ப.செல்வகுமார், இனிய உதயம் ஆரூர் தமிழ்நாடன், ஆ.இராமர், தேசியக்கல்லூரி பேராசிரியர்கள்.

(திருச்சிராப்பள்ளி தேசியக்கல்லூரியில் (தன்னாட்சி) இளங்கலைத் தமிழ்ப் பாடநூலில், இந்தத் தொகுப்பிலுள்ள 'தள்ளாதவர் பாடல்' என்ற கவிதை பாடமாக வைக்கப்பட்டுள்ளது.)

அணிந்துரை

கவிதைகளால் நிறைந்திருக்கிறது
'காலிப் போத்தலில் நிறைந்திருக்கும் காற்று'!

அதிகம் எழுதாதவர் அகவி. ஆனாலும் அகம் நிறைய எழுதுபவர். அவரின் முதல் தொகுப்பான 'சும்மாடு'க்கு விமர்சனம் எழுதும் வாய்ப்புத் தந்தார். இரண்டாம் தொகுப்பான 'தொப்புள் புள்ளி'க்கும் விமர்சனம் எழுதவே வாய்ப்பு கிடைத்தது. தற்போது மூன்றாம் தொகுப்பான 'காலிப்போத்தலில் நிறைந்திருக்கும் காற்று'க்கு அணிந்துரை எழுதும் அருமையான வாய்ப்பை வழங்கியுள்ளார். இது முந்தைய தொகுப்புகளில் இருந்து மாறுபட்டுள்ளது. தலைப்பிலேயே ஒரு நவீனத் தன்மை. 'சும்மாடு' வெளிவந்தது 2004. 'தொப்புள் புள்ளி' வெளிவந்தது 2015. தலித் கவிதையியல் என்னும் ஓர் ஆய்வுத் தொகுப்பை 2018இல் வெளியிட்டுள்ளார். 'காலிப்போத்தலில் நிறைந்திருக்கும் காற்று' என்னும் இந்த நான்காம் தொகுப்பு டிஸ்கவரி பப்ளிகேஷன்ஸ் மூலம் வெளிவருவது மகிழ்ச்சியளிக்கிறது.

'மழைக்கால நிலவு'டன் மனதில் குளிர்ச்சியையூட்டி தொகுப்புக்குள் வாசகரைக் கூட்டிச் செல்கிறார்.

'மஞ்சள் பூனை' ஒரு நல்ல கவிதை. கவிஞர், 'மஞ்சள் பூனை' என சூரியனைக் குறிப்பிடுகிறார்.

இந்த
மஞ்சள் பூனையிடம்
எனக்குப் பிடித்தது
கண்மூடி மழை வேட்டை நடத்தினாலே
முளைத்து மேல் எழும்பத் தொடங்குகிறது
எல்லோருக்குமான உணவு

என்பது நல்ல தொடக்கம். கவிஞர் அகவியிடம் எனக்குப் பிடித்தமானது இவ்வாறான சிந்தனையே. மக்கள் வாழ, மண் வாழ தேவையான வெயில், மழை எல்லாவற்றுக்கும் காரணம் சூரியனே. சூரியனைச் சுற்றியே பூமி இயங்குகிறது. சூரியனே எல்லாவற்றையும் இயக்குகிறது. சூரியனே வணக்கதிற்குரியது. மாபெரும் சூரியனை ஒரு 'மஞ்சள் பூனை'யாகப் பார்க்க அகவியால் மட்டுமே சாத்தியம்.

மெழுகிய சாணி வாசத்துடன் கிராமிய மணம் கமழ்கிறது 'அப்பாயி வீடு'. தாத்தாக்களின் முதன்மையான கவலையாக உள்ளது 'தாத்தாக்களின் கடைசிக் கவலைகள்'. பேரன், தாத்தா ஆவதைப் பார்க்க பேராசைப்படும் பெரும் தாத்தாவைக் காட்டியுள்ளார். அப்பாவிற்கும் மகனுக்குமான வேறுபாட்டை, முரண்பாட்டைக் காட்டும் கவிதை 'தள்ளாதவர் பாடல்'.

அப்பாவிடம் பெற்றுப் பெற்று
வளர்ந்ததை மறந்து விடுகின்றனர் பிள்ளைகள்.
அப்பாவால்தான்
கொடுத்து கொடுத்து வாழ்ந்ததை
கைவிடவே முடியவில்லை

என ஒரு தந்தையாக கவலைப்பட்டுள்ளார். பிள்ளைகளும் ஒருநாள் தந்தையாகும் போதே தந்தையின் நிலை, மனம் புரியும்.

அம்மாக்கள் உறங்குவதில்லை என்கிறது 'அம்மாவின் பகலிரவு'.

பகலிலும் இரவிலும்
வாழ்தலுக்கான தனித்துவத்தை
என்றென்றும்
புரிந்து வைத்திருக்கிறாள் அம்மா

என அம்மாவை கவிஞர் நன்கு புரிந்து வைத்துள்ளார். அம்மாவைப் புகழ்ந்துள்ளார். புரிந்துகொள்ளச் செய்துள்ளார்.

கிராமங்களில் ஒவ்வொரு குடும்பத்திற்கும் ஒவ்வொரு மனிதருக்கும் ஒரு பட்டப்பெயர் இருக்கும். பட்டப்பெயர் இல்லாதவர் அரிது. இயற்பெயரே எளிதில் தெரியாது. கவிஞர் அகவி 'பட்டப்பெயர்கள்' குறித்து எழுதியுள்ளார்.

கவிஞர், விநாயகமூர்த்தி,
ஆசிரியர், அய்யா, தோழர் என
விதவிதமாய் அழைக்கிறீர்கள்.
ஊரில் என்னவோ
என்னை
பீக்காட்டாயா பேரன்
என்றுதான் சொல்கிறார்கள்.

என்று வருத்தப்பட்டுள்ளார். இது தவிர்க்க முடியாதது. கிராமம் இருக்கும்வரை பட்டப்பெயர்கள் இருக்கவே செய்யும். பட்டப்பெயர் இருக்கலாம். கெட்டப்பெயர்தான் இருக்கக் கூடாது.

ஞானம் என்பது மனிதன் தேடும் ஒன்று. ஞானத்தையே பலவழிகளில் தேடுகிறான். ஆனால் ஞானத்தைத்தான் அடைய முடியவில்லை. ஞானம் எங்கிருக்கிறது என்பதற்கான அதன் ரகசிய எண்ணைத் தெரிவித்துள்ளார்.

யார் கவனத்தையும் சீண்டும்
சிரிக்கும் பூக்களினுள்
மடியில்தான் மறைந்துள்ளது
ஞானக்கதவின் பாஸ்வேர்டு

என்கிறார். சிரிக்கும் பூக்கள் என்பது குறிப்பிடத்தக்கது. திரைப்பாடல்கள் என்பது மனித வாழ்வில் பின்னிப் பிணைந்தது. எல்லா சூழலுக்கு ஏற்பவும் பாடலிருக்கும்.

கவிஞர் தன் வாழ்வின் ஒவ்வொரு நிகழ்விற்கும் ஒவ்வொரு பாடலைப் பொருத்திக் காட்டுகிறார். நினைவுகூர்கிறார். 'பாடல்களில் மிதக்கும் வாழ்க்கை' என்கிறார். 'இன்றைய பாடல்கள் வாழ்வுடன் ஒன்றவில்லை' என்கிறார்.

'நடமாட்டம்' ஒரு நல்ல கவிதை. தடுமாற்றம் இல்லாமல் தெளிவாய் எழுதியுள்ளார். நடமாடும் வரையே ஒரு மனிதனின் இருப்பு. 'நடமாட்டம்' இல்லாதபோது மனிதன் பிணத்திற்குச் சமமாகி விடுகிறான். ஒரு முதியவரின் நடமாட்டம் எப்படித் தடைப்படுகிறது, ஏன் தடைப்படுகிறது என்பதைக் காட்டியுள்ளார். சற்றே சோகமான கதை.

'வீடுபோய்ச் சேரவில்லை' குறியீட்டு அடிப்படையில் எழுதப்பட்டுள்ளது. அரசியல் இல்லாமல் எழுதப்பட்ட அரசியல் கவிதை. மனிதர்களை எழுத்துகள் என்கிறார்.

அவரை
மெரினாவில் புதைக்கச் சொல்லி
நீதிபதியை எழுத வைத்தது
உயிர்மெய் எழுத்துகள்தான்

என்பதுடன் மட்டுமல்லாமல் கவிதையை மேலும் இவ்வாறு முடிக்கிறார்.

சற்றுமுன் வந்த செய்தி
இறுதி அஞ்சலி செலுத்த வந்த
இருநூற்று நாற்பத்தேழு
தமிழ் எழுத்துகள் இன்னும்
வீடுபோய்ச் சேரவில்லை.

என்று தொண்டர்கள் மீதான மிகுந்த அக்கறையுடன் எழுதியுள்ளார். ஒரு கவிஞனின் பார்வையில் எழுதப்பட்டுள்ளது.

'நடிப்பின் நடை' நடந்த கதை. நடந்து முடிந்த கதை. கொரானா காலத்தில் இந்திய அரசு முழு அடைப்பு இந்தியா முழுவதும் அறிவித்தது. அரசு, இந்தியாவை மூடுவதாக அறிவித்தது. மக்கள் வயிறை மூடமுடியவில்லை. பசி, சொந்த ஊருக்கே, பிறந்த மண்ணுக்கே திரும்ப வைத்தது. வாகனங்கள் போக்குவரத்து இல்லாததால் நடந்தே சென்றவர்கள் ஓய்விற்காக தண்டவாளத்தில் தலை வைத்துப் படுத்த கணம் சரக்கு வண்டி ஏறி தலைகள் துண்டாயின. 'பாரத தேவி' இறுகக் கண்களை மூடிக்கொண்டாள் என்கிறார். அரசு, கண்ணையும் காதையும் அல்லவா மூடிக்கொண்டது!

'வெங்காயம்' என்பது பலரால் பல நேரங்களில் உச்சரிக்கப்படுகிறது. சிலநேரங்களில் உரிக்கப்படுகிறது. பெரியார்

உச்சரித்த பிறகு வெங்காயம் என்னும் சொல் மிகவும் பிரசித்தி பெற்றது. பல்வேறு பொருள் தந்தது. கவிஞர் அகவியும் வெங்காயம் குறித்து எழுதி கவனத்தை ஈர்த்துள்ளார்.

> அடுத்த நிதியமைச்சர்
> வெங்காயமாகவும் இருக்கலாம்

என்கிறார். பயன் உண்டு, பயன் இல்லை என இருபொருள் கொள்ளச் செய்கிறது.

கடவுள் குறித்த விமர்சனத்தை வைக்கிறது 'ஆன்மிகம்' கவிதை. கடவுள் இருக்கிறாரா இல்லையா என்பது ஒரு தனி விவாதம். இருந்தால் நன்மையா தீமையா என்பதும் ஒரு தனி விவாதம். ஆனால் கவிஞர்,

> கடவுளைத் தேடி
> அலைவது அநாவசியம்

என்கிறார். கடவுளைத் தேடி அலைய வேண்டாம் என்கிறார். கடவுளைத் தேடிக் கண்டடைய முயல்வது வீண்வேலை. தேடினாலும் தென்பட போவதில்லை. பொதுவாகவே ஆன்மிகம் என்பது வாழ்க்கைக்கு உதவாது என்பது அகவியின் கருத்து.

'பெண்' விடுதலை என்பது தேவையான ஒன்று. பெண்கள் போராடி வருகின்றனர். ஆண்கள் குரல் கொடுத்து வருகின்றனர். கவிஞர் அகவி அதிகபட்ச உயரத்திற்கே சென்றுள்ளார்.

> சில வீடுகளில்
> கணவன் இறந்த பிறகே
> மனைவிக்கான விடுதலை
> சாத்தியப்படுகிறது

என 'பெண்' கவிதையில் எழுதியுள்ளார். உண்மை என்றாலும் கவிஞரின் உச்சபட்ச கோபத்தின் வெளிப்பாடு. இப்படியொரு விடுதலை பெண்ணுக்குத் தேவையில்லை.

எனவே ஆண்கள் சிந்தித்து பார்க்க வேண்டும். வாழும் போதே பெண்ணையும் வாழவிடுங்கள்.

'ஆல்பங்கள்' அருமையான பதிவுகள். நினைவுக்கூர்தலுக்கு உதவும். நல்லதையும் நினைவூட்டும். அல்லதையும் நினைவூட்டும்.

கவிஞரின் 'ஆல்பங்கள்' பலவற்றை நினைவுகூர்கிறது. சுகங்களும் உண்டு. சோகங்களும் உண்டு.

> சில ஆல்பங்கள்
> ஆளை உறங்கவிடாது
> என்பதுபோல
> ஆல்பங்களும் கவிதைகளும்
> மனதை விட்டு அகலாது.

அற்புத படப்பிடிப்பு 'அதிகாலைப் பயணம்'. காலை மலர்தலைக் கவிதையாக்கியுள்ளார். 'பூமிப் பூ' அழகிய படிமம்.

> அதிகாலை
> அதிமதுரமாய்
> விரிந்து மலர்கிறது

என்பதுபோல் கவிதையும் மனதில் விரிகிறது; மலரைப்போல் வாசம் வீசுகிறது.

நாய் என்பது வீட்டு விலங்கு மட்டுமல்ல வீதி விலங்குமாகும். நாயை நன்றிக்குக் குறியீடாகக் கூறுவர். நாய் குறித்து தமிழ்க் கவிதைகளில் பல கவிதைகள் உண்டு. 'நடுநிசி நாய்கள்' என்னும் தலைப்பில் ஒரு கவிதையைத் தந்துள்ளார் பசுவய்யா என்னும் சுந்தரராமசாமி. தொகுப்பையும் அளித்துள்ளார். தொடர்ந்து நாய் குறித்து ஞானக்கூத்தன், சிற்பி உள்பட பலர் எழுதியுள்ளனர். நாய்க்கவிதைகளை எல்லாம் தொகுத்து ஒரு தொகுப்பு வெளியிடலாம் என்று திட்டமிட்டு திரட்டி கவிஞர் காலஞ்சென்ற நஞ்சுண்டனுக்கு அனுப்பியதை நினைவைக் கூரச் செய்தது கவிஞரின் 'நாய் பற்றிய ஏழு கவிதைகள்'.

> நாக்கைத் தொங்கவிட்டபடி
> சொடுக்கிச் சொடுக்கி
> சுவாசித்தால்
> நாய் சிரிக்கிறது
> என்று பொருள்

என்று நாயைப் பற்றி பலவாறாக எழுதியது கவனத்தை ஈர்த்துள்ளார். இன்னும் பல எழுதி ஒரு தனித் தொகுப்பு கொண்டு வரலாம்.

> திருவிழாவின் போது
> அவர்கள் வருவதில்லை
> அவர்கள் வரும் போது
> திருவிழா வருகிறது

என்னும் கவிஞர் மு.மேத்தாவின் வரிகளை நினைவூட்டின.

> பிறந்தநாளை
> அவன் கொண்டாடாமல் போகலாம்.
> அவனைக் கொண்டாடத்தான்
> வருகிறது
> பிறந்தநாள்.

என்னும் வரிகள். 'பிறந்த நாள்' குறித்து எழுதியுள்ளார். பிறக்கும் ஒவ்வொரு நாளும் இறந்து போகிறது. பிறக்கும் மனிதனும் இறந்தேயாக வேண்டும். பிறந்த நாள் என்பது வயதாவதையே குறிப்பிடுகிறது. இறக்கப் போகும் நாளையே நினைவூட்டுகிறது பிறந்த நாள். 'பிறந்த நாள்' கவிதையில்,

> ஒவ்வொரு
> பிறந்த நாளையும்
> மரணம்
> அச்சத்தோடுதான்
> வேடிக்கைப் பார்த்துக் கொண்டிருக்கிறது

என பிறந்த நாளின் செய்தியாக தெரிவித்துள்ளார்.

வாழ்க்கை என்பது தேடுதலுக்குரியது. வாழ்வின் சூட்சுமத்தைக் கண்டுபிடித்து விட்டால் வாழ்தல் இனிது. தேடிக்கண்டடைவதே சிக்கல். 'கடைக்காரர் என்ன ஆனார்' என்னும் கவிதையின் முடிப்பில்

> வாழ்வை திறக்குமொரு
> சாவியை
> தேடிக் கண்டுபிடிப்பது
> எவ்வளவு சிக்கலாகிக்
> கிடக்கிறது

என்கிறார். வாழ்வைத் திறக்க சாவியைக் கண்டு பிடித்தேயாக வேண்டிய நிலையிலேயே வாழ்ந்துகொண்டிருக்கிறார்கள் மக்கள்.

கவிஞர் அகவியிடம் ஓர் அகத்தேடலும் உள்ளது; ஒரு புறத்தேடலும் உள்ளது. அகத்தேடலில் அனுபவம் வெளிப்படுகிறது. புறத்தேடலில் ஆத்திரம் முன்னிற்கிறது. ஒரு தேடல் மிக்கவராக கவிஞர் அகவி அடையாளப்படுகிறார். தேடல் உள்ளவரே தொடர முடியும்.

கவிதைக் கட்டமைப்பில் அகவியிடம் ஒரு தனித்தன்மை காணப்படுகிறது. கவிதை நடையில் திருகல் இல்லாத ஒரு மொழி நடையைக் கையாண்டுள்ளார். நவீனக் கூறுகள் கவிதைகளில் தூக்கலாயிருந்தாலும் நல்ல புரிதலுக்குத் தடையேதும் இல்லாமல் வாசகர்களிடம் சென்றடையும் வகையினதாக கவிதைகள் உள்ளன. வாசகர்களுக்கான வாசல் திறந்தள்ளது.

ஒவ்வொரு கவிதையினுடைய முடிப்பும் கவிதையின் உச்சத்தைத் தொடுகிறது. கவிதைகளை தொடர்ந்து எழுதாவிடினும் கவிதை படைத்தலில் ஒரு தொடர்ச்சியை, ஒரு தேர்ச்சியை அகவியிடம் உள்ளதை உணரமுடிகிறது. 'காலிப் போத்தலில் நிறைந்திருக்கும் காற்று' என்னும் இந்தத் தொகுப்பைக் கவிதைகளால் நிறைத்துள்ளார் கவிஞர் அகவி. வாசக மனங்களையும் நிறைத்துள்ளார். அடுத்தத் தொகுப்பை ஆவலுடன் எதிர்பார்க்கச் செய்கிறது.

எழுதுங்கள்! எழுதுகிறேன்!! எழுதுவோம்!!!

என்றும் அன்புடன்,
பொன்.குமார்

21/15 புதிய திருச்சிக் கிளை,
வடக்குத் தெரு,
லைன்மேடு சேலம்,
பின் கோடு: 636006
செல்: 9003344742

என்னுரை

என் முதல் நூல் 'சும்மாடு' கவிதைத்தொகுப்பு 2004இல் வெளியிட்டபோது எழுத்துக் கலைஞர் கந்தர்வன்தான் அணிந்துரை தந்து என் உணர்வை முகந்து வாழ்த்தினார்கள். தோன்றுகிறபோது எழுதும் கவிதைக்காரனாகிய நான், கவிதைக்காரனாகவே இன்னும் உங்களிடம் தோன்றுவதே காலம் எனக்குத் தந்த கௌரவம்தான்.

சமகாலத்தை, மன உணர்வை பதிவுசெய்யும் ஆர்வம் உடைய நான், கடந்த இருபது ஆண்டுகளாகவே வாழ்வைச் சுமந்து ஏந்தும் கவிதைகளைத் தேடுதலும், கவிதையைச் சுமக்கும் வாழ்வும் பெற்றிருக்கும் பெரும்பேறு எனக்கு உண்டு.

எனது மூன்றாவது கவிதைத்தொகுப்பிற்கு நான் வேண்டிக்கொண்டதற்கு இணங்கி கவிஞர் சேலம் பொன்.குமார் உணர்வொளிவீசும் அணிந்துரை தந்துள்ளார். 2004இல் வெளிவந்த மதுரையில் இருந்து வெளிவந்த 'புதிய காற்று' இதழில் விமர்சனம் எழுதி என்னை அறிமுகப்படுத்திய இலக்கிய நெஞ்சர் பொன்.குமார் அவர்கள். அவரே இந்த நூலுக்கு அணிந்துரை தந்திருப்பது மிகப் பொருத்தம் என நினைக்கிறேன்.

எழுத்துப்பணிக்கு ஊக்கம் தந்த கலை விமர்சகர் இந்திரன், கவிஞர் நா.வே.அருள், கவிஞர் அன்பாதவன், எழுத்தாளர் பாட்டாளி, போன்றவர்களை நன்றியுடன் நினைக்கிறேன்.

நூல்களை உயர்தரத்தில் அச்சிட்டு உலகம் கொண்டு சேர்க்கும் பெரும்பணியில் வெற்றிபெற்று இருக்கிற டிஸ்கவரி பதிப்பக உரிமையாளர் தோழர் மு.வேடியப்பன், எனது மூன்றாவது கவிதைத்தொகுப்பை அழகொளிர் நேர்த்தியில் வெளியிட்டுள்ளார் என்று மகிழ்ந்து நன்றி கூறுகிறேன்.

எனக்குள் இலக்கிய ஈரம் காயாமல் பார்த்துக்கொள்ளும் என் அன்பு இணையர் வி.விமலாவுக்கும், அன்புக் குழந்தைகள் வி.வி.பரிவர்த்தனா, வி.வி.கனியமுதனுக்கும் நன்றி கூறிக் கொள்கிறேன்.

நான் பூலாம்பாடி அரசு மேல்நிலைப்பள்ளியில் 1987ல் பன்னிரண்டாம் வகுப்பு படித்துக்கொண்டிருந்தபோது, பாவலர் தமிழ்மணி தமிழாசிரியர் 'புரட்சி மலர்' என்ற மாத இதழை நடத்திக்கொண்டு இருந்தார். அதில் என் முதல் கவிதை பிரசுரம் ஆனது.

தலைப்பு: நட்சத்திரங்கள்

'துருப்பிடித்த வானத்தின்
துளைகள் வழியாக
மறைந்திருக்கும் நிலவின் உடல்'

என் முதல் கவிதையை, இந்தப் பார்வையில் இதுவரை எவரும் எழுதவில்லை என்றே தோன்றுகிறது. என் கடைசிக் கவிதையை எழுதும்வரைக்கும் இலக்கிய அமைப்புகளும், நண்பர்களும், விமர்சன அறிஞர்களும், வாசக அன்பர்களும் தொடர்ந்து ஆதரவு தர வேண்டுகிறேன்.

அன்பு கனிந்த,

அகவி

9442149658
agavivimala@gmail.com

மழைக்கால நிலவு

மழைத் தாரைகள்
எங்கோ இறங்குகிறது பூமியில்
காற்றில் பரவுகிறது
ஈரமண் வாசம்

மண்ணுள்
நீர் முட்டைகள் உடைய
ஊற்றுக் கண்கள் விழிக்கும்
வானின்
நீர் முந்தானையால்
பூமியின் முகம் மூடிக் கிடக்க
வேர்கள் போடும்
மண்ணடித் தாளம்

துகள்களாகச் சிதறிய வானவில்
பூமியெங்கும்
வண்ண வண்ண மலர்களாய்
வாழ்க்கைக்குப்
பச்சைக்கொடி அசைக்கும்

மின்னல் ஒளி
இடி மத்தளம் முழங்க
மழையாட்டம் சதிராட்டம்

மழையை வேடிக்கைப் பார்க்கும்
ஒவ்வொருவர் கண்களும்
நட்சத்திரங்கள்

என் மனதைப் போர்த்திக் கொண்டு
வெளித் தெரியாமல்
கதகதப்பாய் படுத்திருக்கிறது
நிலவு.
※

மஞ்சள் பூனை

வெய்யிலின் கதவிற்குப் பூட்டில்லை
தானாய்த் திறந்து
தானாய் மூடிக் கொள்ளும்

மழைக் காசை
தினம் தினம்
வெய்யில்தான் சேமிக்கும்

சேமிப்பு
நிரம்பி வழியும் தருணம்
இருப்பின் ஆனந்தம்

ஒரு நாள்
வான உண்டியல்
நிரம்பி உடைந்து
நீர்க்காசுகள் கொட்டும்போது
பூமிப் பூக்கள் பூத்துச் சிரிக்கிறது,

வெய்யில்
மரத்தைத்தான் முத்தமிடுகிறது
அதன் அடியில் அற்புத நிழல்
முத்தத்தின் அடியில்
நிற்பது எத்தனைச் சுகமானது

கோடி ஆண்டுகளுக்கு முன்பு
சூரியனின் பிளவுகளிலிருந்து
விழுந்த பெரும் பனிக்கட்டிகளே
இன்றைய கடல்

சூரியனின் வாரிசு வெய்யில்
இன்று தினம் நீரை நக்குவதற்கே
பூனையாய் வந்து போகிறது

இந்த
மஞ்சள் பூனையிடம்
எனக்குப் பிடித்தது
கண்மூடி மழை வேட்டை நடத்தினாலே
முளைத்து மேல் எழும்பத் தொடங்குகிறது
எல்லோருக்குமான உணவு.
✳

அப்பாயி வீடு

மெழுகிய சாணி வாசம்
வெள்ளையும் சிவப்புமாய்
பட்டை தீட்டிய சுவரலங்காரக் கோடுகள்
வடகம் போட்டுத் தாளித்த
புளிச்சைக் கீரை மணம்
ஊர்க் காட்டுக் கரும்புத் துண்டுகளின்
காத்திருப்பு
அகல விரித்த அடுக்களை கண்களின்
தானியச் சிமிட்டல்
இவைகளற்ற தோற்றத்தில்
தகப்பன் கிழவி வீடு
தரைமட்டமாய்க் கிடக்கிறது

ஊர் விசேடங்களுக்கு
போகும் போதெல்லாம் கேட்கிறார்கள்
"ஊரில் ஒரு வீட்டைக்
கட்டி விடுங்களப்பா" என்று

நேற்றைய பகல் கனவில்
மண்ணாலான சுவர் எழுப்பி
ஓட்டு வீடு கட்டி
எங்களை எல்லாம் அழைத்திருந்தாள்
அப்பாயி

எங்களிடத்தில்
ஒரு வார்த்தை சொல்லாமல்
திரும்பவும்
மண் சுவரில் எதற்கு
வீடு கட்டினாய் என
லொள் என எரிந்து திட்டினார்
பேரன்களில் பெரும்
பிடுங்கி ஒருவர்

"முதலும் கடைசியுமாய்
அரவணைப்புல
மண்ணை விட மிஞ்சிறது
யார் சாமி இருக்கா
இந்த உலகத்தில"
அப்பாயி சொற்களால்
சிலர் மனம் செத்தும்
சிலர் மனம் உயிர்த்தும்.
✶

தாத்தாக்களின் கடைசிக் கவலைகள்

எங்களில்
கடைசியாய்ப் பிறந்தவன்
தாத்தா போல் ஆகாமலேயே
தாத்தாவாகி விட்டான்
தாத்தா போல் இருக்கும்
முதலில் பிறந்தவர்
இன்னும் தாத்தா ஆகவில்லை

நாம்
தாத்தாவாக ஆவதற்கு முன்பாகவே
நம்மை தாத்தாவாக்க
குழந்தைகள் பிறக்கின்றனர்

எங்கள் குடும்பத்தில்
ஒரு பெருந்தாத்தா இருந்தார்
அவர் வெளிப்படுத்திய
கடைசிக் கவலையே
பேத்தியின் மகளுக்கு
மாலை எடுத்துப் போடாமல்
போகிறோமே என்பதுதான்

பேரப்பிள்ளைகள்
தாத்தாவாய் பாட்டியாய்
முதிர்ந்து தள்ளாடுவதை
இருந்து பார்த்து விட்டுப்
போகவேண்டும் என்பதே
தாத்தாக்களின்
பெருங்கவலைய்ாய் இருக்கிறது.

தள்ளாதவர் பாடல்

காலம் உரித்துப்போட்ட தொலும்பைக் கூட
புறந்தள்ளிவிடாமல்
கையில் வைத்திருப்பவர் தள்ளாதவர்
அதில்
இளமைக்காலத்தின் நறுமணத்தை
முதுமையின் நிழலை
தனக்குத்தானே சுகித்துக்கொள்வார்

குடும்ப விசை யாவும்
தன்னால் தள்ளப்பட்டது என்பது
நடுங்கும் கைகளால் புரியும்
காலத்தை
வடகம் போட்டு வைத்திருப்பதை
குடும்பத்தார் வாங்கிக் கொள்வதில்லை
வாய் கொடுத்தால்
யார் வேண்டுமானாலும் வாங்கலாம்.

வாழ்க்கைத் துரத்தல்களால்
வயதானவரை விட்டுவிட்டு
ஓடிக்கொண்டிருக்கின்றனர் பலர்

கையில் ஒரு
செல்பேசியைக் கொடுத்திருக்கின்றனர்
இதில்தான் பிள்ளைகள்
அவ்வப்போது வந்து போவர்
மறக்காமல் மாத்திரை போட்டாயா
காலை ஊன்றிக் கழிவறையில் நட
வெளியில் வேண்டாம்
உள்ளேயே நட
பெரியவன் உள்ளிட்ட யாவரும்
ஒரே மந்திரத்தை உச்சரிப்பர்

மனையாளைப் பிரிந்த தள்ளாதவருக்கு
மனையும் கொஞ்சம்
அந்நியமாகி விடுகிறது
ஒன்றன் பின் ஒன்றாக
கூட்டாளிகள் கண் மூடுகின்றனர்
இன்று
இல்லாதவர்கள் கூட
தள்ளாதவர் கணக்கில்
உயிருடனுள்ளனர்

நகரத்தில் வசிக்கும்
நடு ஆள் வீட்டில் காலந்தள்ளுகிறார்
ரத்த ஓட்டமான சிரிப்பு
எப்போதாவது தெரியும்

அசலூருக்கு
இழவுக்கு வந்த மகள்
அப்பாவைப் பார்த்து
அழுதுவிட்டுப் போவாள்
மனைவியின் பிஞ்சு சாயலைக் கண்டவர்
கையிருப்பைத் தந்து
சிரித்துக்கொண்டே வழியனுப்புவார்

தீபாவளி வர
மாதம் பல இருந்தும்
வந்து சந்தித்து
வாழ்த்து பெறும் பிள்ளைகளுக்கு
ஓய்வூதியத் தொகையிலிருந்து
சேமிக்கத் தொடங்குகிறார்

அப்பாவிடம் பெற்றுப் பெற்று
வளர்ந்ததை மறந்துவிடுகின்றனர் பிள்ளைகள்
அப்பாவால்தான்
கொடுத்துக் கொடுத்து வாழ்ந்ததை
கைவிடவே முடியவில்லை.

அம்மாவின் பகலிரவு

விடுமுறையைத்
தூக்கத்தால் கொண்டாட
ஒருநாள்தான்
அனுமதிப்பாள் அம்மா
பாயும் தலையணையும்
தூங்கிக் கொள்ளட்டுமென
பூட்டப்படும் படுக்கையறை

எழுந்து மலரும் பகலைச்
சூடிக்கொள்ளாதவர்கள்
வெளிச்சத்தின் கண்களுக்கு
அசிங்கமாகத் தெரிகிறார்கள்
பகல்தூக்கம் போடாத அம்மா
மாத்திரை போடுவதே இல்லை
பூத்துக் கனிந்து விதையுதிர்த்த
பசுமை வற்றிய தாத்தாவை
குறையேதும் சொல்வதில்லை
"கட்டைய கொஞ்சம் சாச்சிக்கிறேன்" என
தினம் தினம் தூங்குவதை

பகல்தூக்கம்
வாழ்வைச் சுருக்குமென
அம்மாவுக்குச் சொன்னவர்
யாரென்று தெரியவில்லை
வீட்டில் உள் நுழைந்து
படுத்துக் கிடப்பவரை
வேவு பார்க்கும்
பகலின் வெளிச்சம் குறித்து
எதற்காகப் பயப்படுகிறாள் அம்மா

அதிகாலையில் வெளியேறும் அப்பா
பகலைச் சாறு பிழிவார்
பகல் அப்பாவைச் சாறு பிழியும்

பிசுபிசுத்து வீடு நுழையும்
முன் இராத்திரியில்தான்
அம்மாவின் மேல்
பொழுது சாயத் தொடங்கும்

பகலிலும் இரவிலும்
வாழ்தலுக்கான தனித்துவத்தை
என்றென்றும்
புரிந்து வைத்திருக்கிறார் அம்மா.
✳

ஏதோ ஒன்று

நம்மைக் கேட்காமல்
வரும் மரணம் போல்
நம்மைக் கேட்காமல்
வரும் பிறந்தநாள் குறித்து
அப்படியொரு மேலதிக
கவனமெல்லாம் எனக்கில்லை

ஒன்று மட்டும் தெளிவாகிறது
வாழ்கிறவர்களுக்காக
ஏதோ ஒன்று
பிறந்து கொண்டுதானிருக்கிறது
ஒவ்வொரு நாளிலும்.
✳

நல்லுறவின் பச்சைப் பிரதிநிதி

நானும் அவரும்
எதிர் வீட்டுக்காரர்கள்
ஒருவருக்கொருவர்
வியந்தும் தாழ்ந்தும் கொள்வதில்லை

உறவுக்கு நீருற்றிக் கொள்ள
புன்னகையைப் பரிசளித்துக் கொள்வோம்
கூடுதலாக வணக்கம் சொல்ல
முந்துதல் உண்டு

என் தலையும்
அவர் தலையும்
வெவ்வேறு உள்ளீடானவை
அவர்
இராமச்சந்திர குகாவைப்
படித்துக் கொண்டிருந்தபோது
கவிக்கோ கவிதையின்
இரண்டாம் தொகுப்பில் மீள முடியாமல்
மிதந்து கிடந்தேன்
என் வீட்டு ராபினும்...
ஆவல் பரப்பி எமை நோக்கும்
நாட்டுச் செர்ரியும் புங்கனும்
இடைவெளியின்றி சிரிப்புதிர்க்கும்
ரங்கூன் மல்லி நந்தியாவட்டை என
எம் சக நேயத்தை
சலவை செய்துகொண்டே இருக்கிறது
எப்போதும் எங்களை.
✻

சொல்லாகும் பூ வாசனை

மரணத்தின் முட்டுச் சந்திலிருந்து
வீடு திரும்புகிறவர்களுக்கு
மனிதம் பரப்பியதொரு
பாதை போடப்படுமா

கரும்புகை சூழ்ந்த
அவலப் பொழுதின்
கருணையற்ற மென்படுக்கையில்
இழப்பைக் கசிய விட்டுக் கொண்டிருந்தாள்
உயிர்ச் செல்லில்
கலந்து போனவனை/ போனவளை
வழியனுப்ப
பிறந்த ஊரிலிருந்து
ஒருவரும் வரவில்லை

காடு கரை வீடு வாசலென
கைப் பிடித்த
பொறி நிறை அறிவாளனின்
சாதி வாடை இதுவென
கண்டதே இல்லை
ஒரு போதும்

கோடி இன்பங்களை
ஓராண்டுக்குள் அனுபவித்தவன்
ஆயிரம் காயங்களை
மூடிக் கட்டிய
உடலாய்ப் படுத்துக் கிடந்தான்

ஆதி உறவுகள்
துண்டிக்கப்பட்டவளின் உயிர் முடிச்சு
பிடிமானமற்று தொங்கிக் கொண்டிருக்கிறது

வாய்க்கு அரிசி போட
நடக்க முடியாமல் வந்தவள் முன்பு
'வா சாமி வந்து வழியனுப்பு' என்று
உடைந்தழுதான்
பேருழைப்பின் தகப்பன்

மனிதத்தனங்கள் பிசகாத
தீர்மானங்களால்
எதையும்
மீட்டெடுத்துக் கொள்ளலாம்
என்பதாகக்கூட இருக்கலாம்
பாடையிலிருந்து
உதிர்ந்த பூக்களின் வாசனை
உணர்த்தும் பொருள்.

✳

கண்கள் மூடாத உயிர்ப்பேரியம்

காலம் கடந்ததொரு நாளில்
மாலை நேர
பார்வை மேய்ச்சல் நடையில்
நீ இருந்த வீட்டின் சாலையில்
நடந்து போனேன்

அதே வீதியில்
உன் புன்னகை ஒட்டப்பட்ட
என் இளமைக் கால
எலும்புக் கூட்டைப் பார்த்தேன்

ஆளுக்குத் தகுந்தாற்போல்
அவரவர்க்குமான இடத்தில் சேர்த்து விடும்
அசாத்தியமானவை
சாலைகள் யாவும்.

நீர்மை

நீ ஆயிரம்
கங்குகளைக் கையில் வைத்திருப்பதில்
சிக்கலில்லை
மூன்று பங்கு நீர்மையோடு இருத்தலில்
இருக்கிறது மனிதமுகம்
இல்லாவிடில்
உயிரோடிருக்கும் போதே
முகமிழப்பாய்
புறப்பட்ட இடத்திற்கே வளைந்து
திரும்பும் ஆபத்தும் நேரலாம்
நீர்த் தன்மை இல்லாதவன்
மணவிலக்கு செய்யப்படுகிறான்

காற்றில் மேகத்தில்
உறங்கி ஊஞ்சலாடி
பூமிக்குள் பள்ளி கொள்ளும் நீர்
வாழ்க்கைக்குப் பெண்ணாய் வருகிறது
வாழ்வின் கோலங்களை
வரைந்திருக்கும் பெண்ணின் கன்னத்தில்
நீர்க்கோடு கீழிறங்குவது
மனித புறக்கணிப்பின்
தரைப்பயணம்

இல்லறத்தின் மிகு சூட்டால்
உயிரோடு இருந்து கொண்டே
ஆவியாகி விடுவதா பெண்கள்

நீரால் பற்ற வைத்து
கருவாகிறோம்
நெருப்பென்பது
நீருக்கு நெடுஞ்சாலை
பேசுவதற்கு உகந்த
நீர் மொழியை
பேசத் தெரியாமலேயே
பேசிக்கொண்டிருக்கிறோம்

காலாகாலமாக பெண்ணிடம்
நீர் தெளித்து எழுப்பி
பகலை நீரால் சமைப்பது
எரியும் துர்வாழ்வின் மேல்
நிலா மழை தூவுவது
ஒரு வேர் வினை

பெண்ணென்பவள்
நீராலான
கடல் எனப் புரிதல்
ஞானம்.

பட்டப்பெயர்கள்

தொள்ளக்காதன் பரவாயில்லை
மனைவி செத்துப்போய்
நிர்க்கதியா நின்னபோதும்
மறுவாழ்வு துளிர்ப்பால்
பசங்க ரெண்டு பேரும்
பச்சை மையில
கையெழுத்துப் போடுறானுவ

ஒன்றுக்குப் போன பிள்ளைத்தாய்ச்சி
சந்திலேயே ஆண்பிள்ளை ஈன்று விட்டாள்
அன்றைக்கு எவரோ ஒருவர்
சந்து காத்தான் என்றது
எழுபதை எட்டும் அவருக்கு
இன்றும் அதே பேர்தான்

உவ்வா இல்லாவிட்டால்
மாரியாத்தா
கண் திறக்க மாட்டாள்
அப்படியொரு பூசாரி
கொஞ்சம் மனபேதகம்
அப்பா வைத்தியக்காரர் நுணுக்கம்
அத்தனையும் தெரியாவிட்டாலும்
பச்சிலைப்பொடி கொடுத்தே காலத்தைச்
செலவு செய்தார் ஓட்ட வண்டி
கார் மேல கார் வந்து
கவுரவம் பொங்குச்சி
ஓட்ட வண்டி அண்ணன்
செத்த அன்னக்கி

கிராமத்துப் பெருசுகள்
நகரத்துப் பிள்ளையைப் பார்த்து
தொப்புளான் பேரனா நீ
எனக் கேட்டபோது
அப்பாவுக்கு அப்படி ஒரு முகவெளிச்சம்
பையன் திகிலடைந்து போகிறான்

மத்து குத்திக்கு என்னடா
சிங்கம்போல மூணு பசங்க என்று
சொன்னதுபோலவே
ஆளாளுக்கு
உயர்பதவியில் கொடி நாட்றாங்க

குருணிமகன்
டாக்டர் பட்டம் வாங்கிட்டான்
வழுக்கையன்
செத்து ஐந்தாண்டு முடியவில்லை
பழைய வீட்டை இடித்து
பெரிய வீடு கட்டிட்டாங்க

காலமெல்லாம்
போத போட்டுக் கிடந்த
சொறிஞ்சான்
எண்பது வயசிலேயும் போதைதான்

சாராயம் குடித்து
வீடு வரும்போதெல்லாம்
சாமக்கோழியை
நாலு அறை விடுவாள் கொக்காயி

கக்கபுக்காவை
தாய்மாமனுக்கே கட்டி வச்சி
வாழாம ஓடி வந்துருச்சி
நண்டும் மூக்கனும்
இப்ப பேசிக்கிறது இல்ல
ஓலவாயன் செத்த பிறகு
மொசக்கறி தின்னும் வாய்ப்பு போச்சு

அய்யாயிரம் குடும்பத்தில்
ஒருத்தரும் படிக்கல
ரெண்டு கேணி வெட்டி
வெவசாயத்துல வெளுத்து வாங்குறானுவ

சாமியாடிக்குப் பிறகு
அந்தக் குடும்பத்தில
யாருமே சாமி ஆடுறது இல்ல

பூச்சிப் பல்லி
புருசனோடு திருவிழாவுக்கு வந்தால்
மூக்குல வெரல வச்சபடி
பாக்கும் சனம்
எம்எல்ஏ வீடும்
டீ மேக்கர் வீடும்
பவுசிழந்து போச்சு

எங்களுக்கெல்லாம்
பட்டப்பெயர் வைக்கும் முன்பே
ஊரை விட்டு
வெளியே வந்து விட்டோம்

கவிஞர், விநாயகமூர்த்தி,
ஆசிரியர், அய்யா, தோழர் என
விதவிதமாய் அழைக்கிறார்கள்

ஊரில் என்னவோ
என்னை
பீக் காட்டாயா பேரன்
என்றுதான் சொல்கிறார்கள்.
✳

காணாமல்போன கடவுள்

சுதந்திர இந்தியாவின் கடவுள்
ஒரு நாள்
காணாமல் போய்விட்டார்
சல்லடை போட்டு
சலித்து எடுத்தாயிற்று
கடவுளாக இருக்கலாம்
எனக் கைது செய்யப்பட்டவர்கள்
எல்லோரும் திருடர்களாய் இருந்தார்கள்
கடைசிவரை கண்டுபிடிக்கவே முடியவில்லை
தொலைந்துபோன கடவுளை

தன் மகாசக்தியால் மாற்றம் எதுவும்
செய்ய முடியாத விரக்தியில்
பெரும்மக்கள் தொகுதியாய் மாறி
வாக்காளர்சீட்டு அட்டையில்
படமாகிப்போனார் கடவுள்
கடவுள்
மனிதனாக மாறி
வாக்களிக்கும்
அதிகாரம் பெற்றுவிட்டார் என்பது
இயந்திர ஆட்சியின்
இரகசிய உண்மை.
*

நட்பு

1

இசை சேர்ந்த நட்பு
யோகப் பொருத்தம்
புல்லாங்குழல் இசைத்தல் மூலம்
நண்பனின் காதுகளையே
பூ மடல்களாய் மாற்றிக் கொண்ட
யமகாதக இசையுணர் நண்பன் சொன்னான்

உன் வாசித்தலால்
மலர்கள் கூடி
நடனம் ஆடுவதாக
மனத்திற்குள் பொழியும் இசை மழை
பூமியெங்கும்
மழைக்காமம் தூண்டுவதாக

2

சொல்லி வைத்தாற்போல்
தொடர் மழைத் திருவிழா
தொடங்கியது
நண்பனை அழைத்துக்
கொண்டு போன புல்லாங்குழலாளன்
நேரிசையைக் காட்டினான்
சிற்றாறு ஒன்றின்
வாசிப்பை
கரையில் நின்று கேட்டு
கரைந்து நிற்கிறார்கள்

இசையில் மூழ்கி
இமைகள் மூடுவது
ஆற்றில் மூழ்கி
உயிரை மூடிக்கொள்வது
இரண்டும் ஒன்றா?

ஓடும் ஆற்றில் குளிக்க இறங்கி
கூட்டம் கூட்டி விட்ட நண்பனை
காப்பாற்ற முடியாத இசையாளன்
தன் புல்லாங்குழலைச் சுக்குநூறாக்கி
ஆற்றில் வீசினான்
ஆண்டுகள் பல கடந்தும்
அதற்கப்புறம்
ஒரு புல்லாங்குழலைப்
பார்த்ததே இல்லை

அதற்கப்புறம்
நட்பு செய நண்பனென்று
ஒருவரைக் கூட
சேர்த்துக் கொள்ளவே இல்லை
அந்த புல்லாங்குழல்காரன்.

அப்படியான ஒருவர்

பயணத்தின் வீடு திரும்பல்
பயணத்தின் உயரம் தொடல்
இரண்டிற்கும்
உயிர்க் காற்றால்
பல்லாண்டுகள் விசிலடித்தவர்

கோணலாக்கிய
சொற்களை வீசும் போதே
பயணப் பகடியும் பரவும்
யாரோ ஒரு மூதாட்டியோ
யாரோ ஒரு கிழவரோ
சிக்குவார்கள்
சிரிப்பை வாரி இறைத்து
வாழ்வை ஓட்டிய
யாரையாவது பார்த்ததுண்டா

ஊரில்
மாரியம்மன் திருவிழாவிற்கு
காப்புக் கட்டும் முதல் நாள் அன்றே
குடும்பத்தில்
செத்தவரை இப்பவோ அப்பவோவென
இருக்கிறார் எனச் சொல்லி விடுப்பு
வேண்டுவார்

டெப்போ மேலாளரிடம்
சேட்டு மாமா
உசுப்பேத்தலில்
சந்திரமுகி வேஷம் போட்டு
(சந்திரமுகி வருவதற்கு 20 ஆண்டுகளுக்கு முன்பு)
போட்ட ரெக்கார்டு டான்சால்
திருவீதி உலா வந்த
ஆத்தா மாரி அசந்தே போனாள்
மார்பு குலுக்கி ஆடும் ஆட்டத்தைப் பார்க்க
சிரிப்பு ஒழுக
தேன் கூடாய் நெரித்து நிற்கும் சனம்

திருவிழா வரும் போகும்
தினம் தினம்
தன்னையே ஒரு
திருவிழாவாக்கிய
விராலிப்பட்டி டவுன் பஸ்
கண்டக்டரை
ஏன் மாற்றினீர்கள் என
பேருந்து மறியல் செய்து
திரும்ப வர வைத்த
வான் நீல சட்டைக்காரரின் வாழ்வு
பார்த்ததுண்டா

அப்படியான ஒருவர்
நேற்று முன்தினம்
இறந்து போனார்.

✳

ஞானக் கதவின் பாஸ்வேர்டு

மல்லிகைப்
பூச்செடியின் பூக்கள்
நுணாமரத்தில் போய் உட்கார்ந்து
கருப்புக் கனியாகி தனது வருத்தத்தைக்
கழித்துக்கொள்கிறது
கனி ஆகாத நிலையை
ரோசா அதன் அழகில் சரிகட்டுகிறது

விரயச் சிரிப்பின்
முருங்கைப் பூங்கொத்துகள்
காய்களின் பயனால்
கைத்தட்டைப் பெற்றுவிடுகிறது

காய் கனியற்ற
பச்சைக் கைவிரிப்பால் சபை ஏறி
வாய்களில் சிவப்பாகி
வாழ்வை வென்றெடுக்கிறது வெற்றிலை

ஒன்றுக்கும் பயன்படாமல்
விறகாகும் கருவேலியின்
பூக்களுக்கு இன்னும்
முகவரி தரப்படவில்லை
அதன் மஞ்சள் நெற்றுகள்
ஆடுகளுக்கு முறுக்குத் தின்பண்டமாகி
தன் மூல வாழ்வை
உன்னதப்படுத்துகிறது

வயலுக்கு மட்டும் வெட்டிப்போடும்
வாத நாராயண மரம்
ஏன் பூப்பதில்லை
அணில்களின் ஆத்ம வீடு
அதுபோதும் அதற்கு

ஆயிரம் பயனை அடுக்கலாம்
ஆலமரத்தின் பயன்பாட்டை
அதன் பூக்களும் பழமும்
இன்றைய தேதி வரை
பறவைகளுக்கானவையாய் எழுதப்பட்டிருக்கிறது
யார் கவனத்தையும் சீண்டும்
சிரிக்கும் பூக்களினுள்
மடியில்தான் மறைந்துள்ளது
ஞானக்கதவின் பாஸ்வேர்டு.
✴

பாடல்களில் மிதக்கும் வாழ்க்கை

திரையிசைப் பாடல்கள் சில
ஆன்மாவுக்குள் ஓடும் நதிகள்
கடந்த கால வாழ்வை
இசை கூட்டி மிதக்க வைக்கும் மென்காற்று

"பூவரசம் பூ பூத்தாச்சி
பொண்ணுக்கு சேதி வந்தாச்சி"
கேட்க நேரும் போதெல்லாம்
அக்காவின் திருமணம்
நினைவுக்கு வரும்

"ஏனுங்க மாப்பிள்ள
என்ன நினைப்பு"
மாமா அக்கா
விருந்துக்கு வந்த காலம்
அடி மனசுக்கு வரும்

"அந்த நெலாவத்தான் நான்
கையில புடிச்சேன்"
கேட்க நேர்ந்தால்
அண்ணன் மணநாள்
நினைவு வரும்

"கைவலிக்குது கை வலிக்குது மாமா"
திருச்சியில் நடந்த
இன்னொரு அண்ணன்
மணநாள் நினைவு
நறுமணம் வீசும்

அம்மா இறந்து
சட்டு புட்டுடென்று நடந்த
தம்பியின் திருமண நினைவு
'கொஞ்ச நாள் பொறு தலைவா
ஒரு வஞ்சிக் கொடி
இங்கு வருவாள்'
பாடல் என்னுள் தோரணம் கட்டும்

என் திருமணத்தின்
ஆறு மாதக் காத்திருப்புக் காலத்தை
'காற்றுக்குப் பூக்கள் சொந்தம்
பூவுக்கு வாசம் சொந்தம்'
பாடல் சுலபமாக்கியது

அதற்கப்புறம் எத்தனையோ வைபவங்கள்
வந்தன போயின
இன்றைய பாடல்கள்
வாழ்வை ஏற்றிக்கொண்டு ஓடும்
இருக்கைகளற்ற பாடல்களா
இருக்கையில் அமரவைக்க முடியாத
இருப்பில் வாழ்க்கையா.
✼

வடிவங்கள்

உலக உருண்டையின் நீட்சி
எங்கெங்கும் தெரிகின்றன

முட்டையிலிருந்து பிறக்கும் உயிரினங்கள்
முட்டை வடிவத்தை வாழ்ந்து விட்டே
வெளிவருகின்றன
நானும் நீங்களும் கூட
அம்மாவின்
கருவறையில்
வட்டமாய் சுருண்டு அமர்ந்து
வட்டத்தை வாழ்வாக்கிப் பார்த்துதான்
வளர்ந்துள்ளோம்

வடிவங்களின் ஆதித்தாய்
வட்டம்
வட்டம் கைகட்டிய காட்சி
சதுரம்
வடிவங்களின் வணக்கம்
முக்கோணம்
வட்டத்தின் எழுத்துகளை
வாசிக்கத் தெரிந்தவர்கள்
ஓவியமாகின்றனர்

ஒரு காலத்தில்
சுற்றும் வட்டத் தட்டை
கூர் ஊசி முத்தமிட்டால்
காதில் சூடலாம் இசைமாலை

வட்ட வாய் ஒலிப் பெருக்கிகள்
மரக்கிளையில் இருந்து
பாடும் காலம் மாறிவிட்டது.

வட்டம்
தியானம் செய்யும் போதெல்லாம்
முட்டைகள் பிறக்கின்றன

முட்டையைச் சமமாய் அறுப்பது போல்
இப்பூமியை அறுத்தால்
சூரியனும் சந்திரனுமாய்
இருபாதி இருக்கும்

வட்டத்தில் தொடங்கி
வடிவங்களை
இறுதி செய்யும் தையலன்
உருண்டையில் தொடங்கி
வடிவங்களை இறுதி செய்யும் மகாசிற்பி
இவர்கள் கழித்துத் தள்ளிய
துகள் வடிவங்களே
காடுகள்
மலைகள்
ஆறுகள்
சமவெளிகள்.
✳

நீர் மிதக்கும் காற்று

மேகம் நடைப்பயிற்சி செய்யும்
மலைகளில்
உடம்பைச் சூடேற்ற
நனைந்த காற்றும்
நீண்டுயர் மரங்கள்
சலசலத்தோடும் ஓடைகள்
புலிகளும் மான்களும் புழங்கும்
அடர்காட்டு மலையூர்களில்
சூரியக்கதிர்கள் மொன்னையாகி
வெளிச்சத்தை மட்டுமே
விரித்து விட்டுப் போகிறது

வீசிக் கொண்டிருந்த காற்றிலோ
நீர் மிதந்து கொண்டிருந்தது.
✴

நெற்குணம் பற்றிய குறிப்பு

கைகளுக்குள் அடங்கா
முண்டும் முடிச்சும் துருத்திய
பருத்த உருவத்தில்
முது வேப்ப மரமொன்று
கோயிலுக்கு அருகில் உள்ளது
கொஞ்சம் அழுத்திக் கண் வைத்து
காது குவித்தால்
இந்த ஊர்
காடாய் இருந்த போது
முளைத்த
முதல் மரம் நான் எனச் சொல்லும்
அந்த வேப்பமரம்

தெருவுக்குத் தெரு
வரதராஜன் பெருமாள்சாமி
பலராமன் சீனிவாசன்
ஆண்டாள் இராமலட்சுமி
இப்படி வயதுக் கிரமமாய்
நிரம்பி வழியும் ஊர்

நாளைக்குப் பிறக்கப்போகும்
குழந்தைகளுக்கும்
இவைகள்தாம் முதற்பெயர்
திட்டமிட்டே பறவைகள்
விதைகளைத் துப்புமா

ஒவ்வொரு நாளும் ஊரில்
முளைத்துத் தலைகாட்டும்
வேப்ப மரமும் துளசிச் செடியும்

அறிய முற்படுங்கள்
ஒவ்வொரு ஊரிலும்
வியப்பு மேலிடும் நெடுமரமோ
உயரங்களின் தத்துவம் பேசும்
சமயக் கோபுரங்களோ
இல்லாமல் இருக்காது,

சிறு வயதில்
கம்பம் என்ன பெரிய கம்பம்
உயரம் என்ன பெரிய உயரம் என
காதலியை
இறுகக் கட்டிப் பிடிப்பது போல்
ஊரார் அறியாமல்
பெருமாள் கோவில் கல்மரத்தில்
உச்சி ஏறி விளையாண்ட இளசுகள் தான்
இன்று ஊரில் பார்க்கவே முடியாதவாறு
உச்சத்தில் உள்ளனர்
நிலங்கடந்தும் கடல் கடந்தும்
நாமம் போட்டுக்கொண்டு கம்பத்தைச்
சுற்றி சுற்றி வந்தவர்களெல்லாம்
இன்னும் ஊரில்தான்
சுற்றிக்கொண்டிருக்கிறார்கள்.

✳

நல்லவர் மரணம்

திடீரென்று நிகழ்கிறது
நல்லவர் மரணம்
சுய சாதியை மறைக்கிற விதத்தில்
பல்சமூக முகங்களின்
கண்ணீர்ப் பிசுபிசுப்பை
காற்று முகர்ந்து பரப்பியது
இழவுவீட்டுப் பந்தலில் உருகி நின்றிருந்த
மனிதர்கள் யாவரும்
ஒரே மண்கலவையாய் நெகிழ்ந்தனர்

அரிமா ஆனந்தன்
கொடை பல செய்து
வாழ்வை ஆனந்தம் ஆக்கியவர்
பேரானந்தத்திற்குப் பிரியப்பட்டு
தன்னை மரணத்திற்கே
கொடை தந்திருக்கலாம்
மரணத்திடம்
பேச முடிந்தவர்கள்தாம்
இதை
உறுதி செய்ய முடியும்.

நடமாட்டம்

கிராமத்திலிருந்து வந்து
மகள் வீட்டில் தங்கி இருக்கும்
பெரியவர் நடமாட்டம் துறுதுறுப்பானது
ஆறு மணிக்கு முன்பே
பால் வாங்க
முதன்மைச் சாலைக்குப் போவார்

வாசல் தெளித்துக்
கோலம் போடுவதைப்
பாராட்டுப் பார்வையால் கடப்பார்
கோலத்திற்கு அடியில்
மழையே மழையே
வா வா என கோலமாய் எழுதியிருக்கும் வீட்டை
கோலமாய் எழுதியதை
நின்று ரசித்து விட்டுப்போவார்

மழை பொழிந்தால்
நீ எழுதியதால் தான்
மழை பொழிகிறது என்பார்

தெருவில்
புதியவர் கண்டால்
துருவித் துருவி விசாரித்து
திருட்டு முழிக்காரனை
காவல் நோட்டம் விடுவது வாடிக்கை
காவல் நடமாட்டம் பெரியவருடையது.

தூக்கம் வராத இரவுகளில்
தெருவில் குறுநடை போடுவார்
கூர்க்கா எத்தனை நாள்
விசில் ஊதவில்லை
கணக்குச் சொல்லிக் கண்டிப்பதால்
இரவு முழுக்க
விசில் குருவி கூச்சலிடும்

மொட்டை வெயில் பொழுதில்
ஒரெட்டு சாலைக்கு வந்து
தேநீர் அருந்தச் செல்லும்போது
வேலைக்குப் போன வீட்டின்
பூட்டுத் தொங்கலை
ஒரு பாதுகாப்புப் பார்வை
பார்க்காமல் போனதில்லை

இப்போதெல்லாம் பெரியவரின்
புழக்கம் காண முடிவதில்லை
பால் வாங்கும்போது
மல்லிகா சொல்லித்தான் தெரியும்
கழிவறையில் வழுக்கி விழுந்து
இடுப்பு முறிவு ஏற்பட்டதால்
படுத்த படுக்கையாய் இருக்கிறார்
பெரியவர் என்று.

※

பிழுக்கை முகங்கள்

ஆடுகள் ஓய்வெடுத்த அடையாளம்
பிழுக்கைகள் கிடத்தல்

கவிழும் மரஞ்சூழ் வாரிகளில்
கோடை வெயில் தணிக்க
இளசுகள் ஓய்வு எடுத்ததின்
அடையாளம்
பாட்டில்கள் கிடத்தல்
எவருடையதாய் இருக்கும்
காலிப் போத்தலில் நிரம்பி இருக்கும் காற்று
அந்தக் காற்றை
உள்ளிழுக்க
கால் தெக்கி நடக்கும்
முது கிழவர் வருவார்
சாக்கைத் தோளில் போட்டவாறு
பாட்டில்கள் பொறுக்க

வீட்டு நூலக
நூல்களுக்கு இடையில்
பாதி காலியான போத்தல்
புத்தகம் போல் உட்கார்ந்திருக்கும்
யாரும் பார்க்காதவாறு

ஞெகிழியால்
கண்ணாடியால்
ஆன புட்டிகளுக்கு
பெரும்பாலோர் சிக்குண்டு கிடக்கின்றனர்
இதைத் தெரிந்துகொண்டுதான்
நம் நாட்டுத் துரைமார்கள்
மதுக்கடைகளை
கஜானா என்று
நீதிபதியிடமே சொல்கின்றனர்
போதை ஏறும்படியாக.

வீடுபோய்ச் சேரவில்லை

சொற்களாக முடியாத
தமிழ் எழுத்துகள்
தனித்தனியே நின்று
தலையில் அடித்துக்கொண்டு அழுதன

உயிரெழுத்துகள்
அவரின் சவ ஊர்வலத்தில்
நடந்து போயின

மெய்யெழுத்துகள்
புகழ் முழக்கத்தை
வானதிர முழங்கின

அவரை
மெரினாவில் புதைக்கச்சொல்லி
நீதிபதியை எழுத வைத்தது
உயிர்மெய் எழுத்துகள்தான்

சற்றுமுன் வந்த செய்தி
இறுதி அஞ்சலி செலுத்த வந்த
இருநூற்று நாற்பத்தேழு
தமிழ் எழுத்துகள் இன்னும்
வீடுபோய்ச் சேரவில்லை.
✵

அலைவுறும் மூச்சுக்காற்று

உன்னாலும்
இறந்த காலமாய் ஆனது
நேற்று

இந்த வாழ்க்கை
பேரோவியமாய் ஆக
புதுப்புது வண்ணங்களை
காலத்தின் நாள்களுக்குத் தந்தாய்
வெள்ளைத்துணியால்
உன்னை மூடிய போது
எங்கள் ஆன்மாவுக்கு
கறுப்புத்துணி
போர்த்தப்பட்டது

எங்கள் காலப்படகு
தத்தளித்தவாறே பயணமாகிறது
அதில் நீயும் இருக்கிறாய்
மாறா மலர் முக
நினைவுகளுடன்

உன்னைச் செலுத்திய
படகுக்காரன் பற்றி
சொல்வதற்கு ஒன்றுமில்லை

கடைசியாய் நிகழ்ந்த
ஊர்க் கூடல் சடங்கின்
கடைசி நொடி தேம்பலின்
உள் அதிர்வை
இன்னும்
நிறுத்த முடியாமைக்குக் காரணம்
எங்களை விட்டுப் பிரியவில்லை
உன் உயிர்.
(பூலாம்பாடி தர்மகண்ணு நினைவுகளுக்கு.)
✳

பஞ்சராகிப்போன உரையாடல்

நாளை சந்திப்போமா
எப்படி இருக்கிறாய்
எந்த இடத்தில் சந்திப்போம்
ஓ..... ஊட்டி தேனீர்க் கடையா
வேண்டாம்
ஆட்சியர் பூங்கா
மரத்தடி நல்லது

எனது "பெரியோர்களே தாய்மார்களே"
நூலைக் கொண்டு வா
போன முறை
விட்டு விட்டு வந்த குறிப்பேட்டை
எடுத்து வைத்திருக்கிறேன் என்றாயே
அதை மறவாமல் கொண்டு வா
பத்திரம் தோழா
அதில் முடிக்காமல்
நிறுத்தி விட்ட
கவிதை ஒன்று
முக்கால் உயிரில்
முணுமுணுத்துக் கிடக்கிறது

லா.ச.ரா. கதையை
அன்று
பாதியிலேயே விட்டு விட்டாய்
அதையும் முழுசாய்ச் சொல்

என்னை வியப்பில் ஆழ்த்திய
'சௌவி'யின் கவிதை ஒன்றைச்
சந்திப்பில் சொல்லவிருக்கிறேன்
என்னைப் போல்
உன்னையும்
மனம் சிலிர்க்க வைக்கும்
இதற்குப் பரிசாய்
தேனீர் வாங்கித் தந்தால் போதாது
ரஷ்யக் கதை ஒன்றைச்
சொல் போதும்

நாட்கள் மீது நாம்
நடந்து போனோம்
நம் மீது
நாட்கள் நடந்து போகிறது
காலம் தலைகீழாய்த்
தொங்கிக் கொண்டிருக்கிறது
சரி நாளை
கட்டாயம் சந்திப்போம்
மாலை நான்கு மணிக்கு

கைபேசியை வைக்கப்
போகும் போதுதான் தோன்றுகிறது
என்னிடத்தில்
அல்லது
உன்னிடத்தில்
நோய்த் தொற்று இருக்காது
என்பதில் என்ன நிச்சயம்
'அலோ' கேட்குதா
நாளை நான்
வரவில்லை
பிறகு பார்ப்போம்.

நடப்பின் நடை

மூடப்பட்ட இந்தியாவில்
எத்தனை நாள்
சும்மா கிடந்து
மூச்சு வாங்குவது

நடந்தே போகிறார்கள்
திசைக்கு திசை
கும்பல் கும்பலாக

புலம்பெயர் மாநிலத்தவர்
மனித எந்திரங்களாய்
இருந்தவரைக்கும்
இந்த வாழ்க்கை
வாலாட்டிக் குழைந்தது
மூடுலகில்
சீந்த ஆளில்லை

பொறுத்துப் பொறுத்துப் பார்த்த
தொழிலாளர்கள்
சொந்த மாநிலமான
மத்தியப் பிரதேசத்திற்கு
ராத்திரியும் பகலுமாய்
நடந்தே போயினர்

கொஞ்சம் தூங்கி எழலாம் என
ரயில் வாராத் தண்டவாளத்தில்
படுத்ததும் தெரியவில்லை
தூங்கியதும் தெரியவில்லை
துண்டு துண்டாய்ப் போனார்கள்
சரக்கு ரயில் ஒன்று
தடதடவென போனதில்
சொந்த ஊர்ச்சாவு
சுகமென நினைத்த
பதினேழு பேர்கள்
பொட்டலமாகிக் கிடக்கிறார்கள்

நிவாரணத் தொகை
ஆளுக்கு ஐந்து லட்சம் என
அறிவித்தது அரசு
கடைசியாக வந்த தகவல்
இறந்தவர்களில் இன்னாரென
சிலரை அடையாளம்
கண்டுபிடிக்க முடியவில்லை
இந்தியப் பொருளாதாரப்
பால்மடியில்
இரத்தம் கசிந்தபோது
இறுகக் கண்களை மூடிக்கொண்டாள்
பாரததேவி.
✳

செத்துப்போன கவிதையின் கேள்வி

இன்று உங்களை
சிந்தனைக் குதிரையில்
ஏற்றிக் கொண்டுபோக இருந்த
"மதுக்கடை மூடல்" கவிதை
எதிர்பாராதவிதமாய் செத்துப்போய்விட்டது
"நாளைமுதல் மதுக்கடைகள் யாவும் திறக்கப்படும்"
நீதிமன்ற ஆணையை கேட்ட மாத்திரத்தில்
மயங்கி விழுந்தது அந்தக் கவிதை
புரியாமல் ஏதோ
முணுமுணுத்தவாறு உயிர் விட்டதை
அருகிருந்து கேட்ட சனநாயகம்
அந்தக் கேள்வியை
வெளியே சொல்லாமலேயே
அதுவும் மயங்கி விழுந்தது
அவசர சிகிச்சைப் பிரிவில் இருக்கிற
சனநாயகத்தை என்னால் சந்திக்க முடியுமா?
✳

வெங்காயம்

தள்ளுவண்டியில் குந்தியிருந்த
சமைக்கப்படாத பொருட்கள்
தெருவை வேடிக்கைப் பார்த்துப் போகின்றன.
புழங்கு பொருளாதாரத்தைப் பகடி செய்ய
ஒரு வெண்டைக்காய்
போதுமானதாய் இருக்கிறது.
மதிப்பு கூட்டப்பட்ட காய்கறிகளின் கண்களில்
மதிப்பிழந்த வாழ்வு குறித்த நமட்டுச் சிரிப்பு.
தள்ளாடும் குடும்பத்தை ஏளனப்படுத்த
நின்று பேச நேரமற்று
விருட்டென ஓடும் வெங்காயத்தைப்
பார்க்கும் போதெல்லாம்
நினைக்கத் தோன்றுகிறது
அடுத்த நிதியமைச்சர்
வெங்காயமாகவும் இருக்கலாம்.

ஆன்மிகம்

ஒன்றுமற்றதில்
நிரம்பியிருக்கும் நிஜம்
உனக்குப் பிடிபடுகிறதா

நேற்றிலும்
நாளையிலும் பரவிப் பாய்கிறது
உனது வேர்

வாழ்வை இறுகப் பற்றுவதென்பது
இன்றின் வேர்விடலில் உள்ளது

உன் வீட்டிலிருந்து
வெளியேறும் போதுதான்
உண்மையாக வீட்டில் இருக்கிறாய்

விலகி இருத்தலில்
இருக்கும் நெருக்கம்
உன்னதமானதைப் போல
நீ
இல்லாமல் போன பிறகான
உன் இருப்பும்
உன்னதமானது

நெருங்கி இருத்தலில்
நிகழும் வெறுப்பு
சட்டெனப் பிடித்தாட்டுகிறது

மூன்று வேளை புசிப்பாளன்
புலன்களின் சிறைவாசி
பசித்தலின் வாய்க்கு
கொஞ்சம் பதில் தந்து நடப்பவன்

கடவுளைத் தேடி
அலைவது அநாவசியம்
உன் மனக் குப்பைகள் வெளியேறும்
தூயதோர் தருணம் பார்த்து
குடியேறுவதற்காக
நீண்ட காலமாய்க் காத்துக் கொண்டிருக்கிறான்
சாகாத கிழட்டுக் கடவுள்.
✣

பெண்

1

அம்மையின் முகம்
அழகாய் ஒளிர்கிறதா
என்னவாக இருக்கும்
அறுபது வயதென யாரும்
சொல்ல மாட்டார்கள்
இருபது வருடத்திற்கு முன்பே
அம்மை விதவையானதுதான்
அவளுக்கான முக வெளிச்சம்

2

இருள் அப்பி மருட்சியில் இருக்கும்
மோகனாவின்
வயதென்னவிருக்கும்
முப்பத்தைந்தைத் தாண்டவில்லை
மன உளைச்சலில்
முகம் எப்போதும்
வறண்டு போய்த் தெரியும்
நன்றாகக் கவனியுங்கள்
அவள்
கணவனோடு குடித்தனம் நடத்துகிறாள்
இல்லறம் நடந்துகிறவர்
படுத்தும் பாடுகளிற்கேற்ப
இருக்கிறது
அம்மணிகளின் முகம்

3

மாதவன் மாமா
மனைவியின் முடியைப் பிடித்து
தரதரவென இழுத்து அடிப்பார்
அப்படி இருந்தும்
அவர் செத்த அன்று
வானம் அதிரக்கதறி அழுதாள்
மாமா இறந்துபோன பிறகு தான்
பூசுன மாதிரியானாள் அக்கா

கணவனற்ற
பெண்களின் முகத்தில்
எப்படி
நிம்மதிக் களை சொலிக்க முடியும்

பெரும்பாலான குடும்பத் தலைவியின்
முகத்தில்
இருட்டு வழியக்
காரணமாய் இருப்பதைக்
கணக்கெடுப்பதில்லை யாரும்

சில வீடுகளில்
கணவன் இறந்த பிறகே
மனைவிக்கான விடுதலை
சாத்தியப்படுகிறது.
✳

ஆல்பங்கள்

தாத்தாவைப் பார்த்துச் சிரிக்க
அப்பாயி நினைவுகளில்
ஒட்டடை தட்ட
அம்மாயி கன்னத்தில்
செல்லமாய்க் கிள்ள
உதிர்ந்துபோன
அம்மாவழி உறவுகளின்
நினைவின் விரல் பிடித்து நடக்க
இன்னும் வாய்ப்பு தருகிறது
எங்கள் வீட்டிலிருக்கும் ஆல்பங்கள்

வாழ்நாள் முழுவதும்
கூடவே இருப்பது போல்
எங்கள் எல்லோர் ஆல்பத்திலும்
இருக்கிறார் அப்பா

ஒவ்வொரு
திருமண படத்தொகுப்பிலும்
கண்ணீர்க் கதவு திறக்க
சிரித்துக் கொண்டிருப்பார் சிலர்

திசையெங்கும் சிதறி
தொடர்பற்றுச் சுழலும் நட்பும்
ஊரே மறந்து போன
கீரைக்காரக் கிழவி
பூங்காவனம் முகமும்
என் ஆல்பத்தில் தான்
பார்க்கலாம்

இல்லாதவர்கள் எல்லாம்
இருக்கிறார்கள்
என்பதால்
ஆல்பங்கள்
மரணத்தை வென்றவை

எதிரிகள் நண்பர்களாய்
இருந்த அற்புதத்தை
நன்றியுணர்வோடு
கட்டிக்காப்பது
ஆல்பத்தைத் தவிர வேரேது

கன்னம் ஒட்டி
குழிந்த கண்களோடு
தன் மணக்கோல
படத்தைப் பார்க்கவே
விரும்புவதில்லை சிலர்

சில ஆல்பம்
ஆளை உறங்க விடாது

நடுத்தெரு சுப்பண்ணன்
ஒரு
அர்த்த ராத்திரியில் எழுந்து
கொல்லைப் புறத்தில்
வைக்கோலைக் குவித்து
தன் ஆல்பத்தைக்
கொளுத்திக் கொண்டிருந்தார்
மண விலக்கான நாளில்.

நிழல்

1

இருளின் மௌனப் போர்வைக்குள்
யாவையுமான
உயிர்களோடு உறங்குகின்றன
களைத்த நிழல்கள்

பனிநீர்ச் சொட்டல்
பகலுக்கான அட்சதையா
இரவின் ஆனந்தக் கசிவா

வைகறைப்
பிஞ்சுப் பகல் மினுமினுப்பில்
காற்று
முகந்துடைத்துக் கொள்ளும்

விளக்கு வெளிச்ச நிழல்கள்
யாவும்
காகித நிழல்கள்தாம்
நீராவியால் நெய்யப்பட்ட
வேப்ப மரம் விரித்த
மழைப்பாயில்
தெரு நாய்கள் ஓய்வெடுக்கும்
தெரு நாய்களுக்கிருக்கும்
கொடுப்பினை
திருவாளர்களுக்கில்லை

2

தகிக்கும் பகலை
நிழல் பொட்டலத்தில்
இந்தா பிடி எனக்கொடுக்கும்
மரங்களின் நிமிர்வு மகத்தானது

மொட்டை வெயில் பொழுதில்
திட்டுத்திட்டாய்த் தெரியும்
தளிர் இருள் துண்டுகள்
சம்மணமிடும் மரத்தடிக் காட்சிகள்
மேக தேவதையின் நிழல் முகம்

3

பச்சை இலைகளால் வடிகட்டப்படும் வெயிலின்
பென்சில் ஓவியம்
மானுடத்தை முத்தமிடுகிறது

இன்பக் கிடங்கென
விரிந்து நீண்ட
இருள் ராஜாங்கத்தின்
அரசவைப் புல்லாங்குழல்
நிலவுப் பாடலை ஒலிபரப்பும்
மௌனத்தின்
தேர்ந்தெடுக்கப்பட்ட சொற்களென
நட்சத்திர உதட்சைப்பு
எந்த மொழிக்குச் சொந்தமானது

மரணத்தின் பேரோலத்தை
வாழ்தலின் சிறு கீற்று
அடக்கி விடுவதுபோல்
இயற்கையின் கைக்குட்டைகளாய்
அங்கங்கே கிடக்கின்றன
நிழல்கள்

4

நிழல் மென் தழுவல்
மறுக்கப்பட்ட
வெட்டவெளி வனாந்திரிகளை
வியர்வைச் சிந்திகளை
உப்பு மேனியரை
பொழுதுதான் விடுதலை செய்கிறது

இருட்டாய் கெட்டி தட்டிய
அடர் நிழல்
அவரவர்க்குமான
ஆசுவாச ராஜாங்கம்.
✳

கடவுச் சீட்டளவு புகைப்படங்கள்

நேருக்கு நேர் சந்திக்கும்
சாத்திய உணர்வைத் தருபவை
கடவுச் சீட்டளவு படங்கள்
அடையாளச் சுருக்கப்படத்திற்கு
ஒளிப்பட நிலையம்
அழகைக் கூட்டிக் காட்டுகிறது

ஆதார் அட்டையில்
பதிந்த முகத்தில்
மின்னும் வேர்வையும்
கலைந்த தோற்றமும்
குடிமக்கள் அடையாளம்

நானும் என் பெயரும்
துண்டாக்கப்பட்டு
நிற்கும் புற உலகில்
எங்கோ ஒரு நகரில்
நடக்கும் தேர்வறையில்
என் நிஜத்தை நிரூபித்து
என்னையும் என் பெயரையும்
சேர்த்து வைப்பது
கடவுச் சீட்டளவு படங்கள்தாம்

பத்தாம் வகுப்பின் தேர்விற்காய்
007 கலையகத்தில்
படம் எடுத்த பொழுதில்தான்
என்னை நானே
கொஞ்சிக்கொண்டேன்

என் முகப்புத்தகத்தில்
கடவுச் சீட்டளவுப் படத்தைப் போட்டது
நிஜ முகத்தைப்
பார்த்துச் சலித்துப் போனவர்களுக்கு
இதைவிட எப்படித்தான் ஆறுதல்
சொல்ல முடியும்.
✳

அதிகாலைப் பயணம்

சொற்களற்ற வைகறையில்
மௌனத்தின் வாசம்
பூமிப் பூவை
அடையாளப் படுத்துகிறது
அடையப் போவது
தேனோ நஞ்சோ
எதுவும் காட்டாமல்
அதிகாலை
அதிமதுரமாய்
விரிந்து மலர்கிறது.
✶

செக்காட்டுநர்

கூட்டித் துடைக்க முடியா
எண்ணெய்ச் சுவடு
விதையாக முடியா
விதைகளின்
சோக நிழலாய்த் தெரிவதை
ஒருமுறை
செக்காட்டுக் கூடத்திற்கு
வந்து பார்க்க வேண்டும் நீங்கள்

விதித்த வாழ்வை
நீட்டி நீட்டி
வளைத்து வளைத்து
அழுதவாறு
நன்மைக்காகவே புகுவது
எத்துணை பெரியசோகம்
பிசுபிசுத்த செக்காட்டும்
கால் சட்டைக்காரரை
ஒருவித பயத்துடனே பார்ப்பார்
கல்லாவில் அமர்ந்திருப்பவர்
திடீரென
ஏதோ ஒரு கோபத்தில் ஓடிவந்து
இறுக்கி இரண்டு நிமிடம்
கட்டிப்பிடித்தாலே போதும்
தொலைந்தே போவார்
கல்லாப்பெட்டிக்காரர்.
✵

நாய் பற்றிய ஏழு கவிதைகள்

1

நாக்கைத் தொங்க விட்டபடி
சொடுக்கி சொடுக்கி
சுவாசித்தால்
நாய் சிரிக்கிறது
என்று பொருள்

பூமியை ஆரத் தழுவி
சத்தமில்லாமல் படுத்திருக்கும் நாயின்
காதில் விழுகிறது
கணவன் மனைவியின்
குரைத்தல் சத்தம்
எழுதப் படிக்க,
பேசவும் தெரியாத
நாய்களிடம்
அப்படி என்ன பேசிவிட முடியும் என்பவன்
அதனுடன் தோற்கிறான்

பன்மொழி அறிந்தவர்கள்
மனித மொழி அறியாமலேயே
மறைந்து விடுகின்றனர்

எந்த நாட்டுக் காரர்களிடமும்
பழகிவிட முடியும் நாய்களால்
உலகில் மனித மொழி என்பது
ஒன்றே ஒன்றென
நாய்கள் மட்டுமே
புரிந்து வைத்திருக்கின்றன
சோறுண்ணும் போதும்

ஒரு ரொட்டித் துண்டைச்
சுவைக்கும் போதும்
நன்றியாய் மனிதர்களை நினைத்ததுண்டா
இந்த இடத்தில்தான் பரிதாபகரமாக
நாய்களிடம் தோற்று விடுகிறோம்

நாய்கள்
எதைத் தின்றாலும்
வாலாட்டிக் கொண்டே தின்கிறது
அந்த வாலாட்டல்
மனிதர்களுக்கான
கவரி வீசல்.
*

2

நுணாப் பழ நிற மூக்கன்
அடர் செம்பட்டை நிறத்தில்
அழகானவன்

பூஜ்ஜியம் போல் சுருண்டுபடுத்து
உடம்பையே கட்டியபடி
தூங்குவான்
தாவாயைத் தரையில் பதித்து
பூமிக்கு நாடி பார்ப்பான்

புட்டத்தைத் தரையில் வைத்து
பின்னங்கால் மடக்கி
முன்னங்கால் ஊன்றி
அமரும் காட்சி அலாதியானது
சிம்மாசனக் குந்தல் அது

அவன்
பாம்பு வாசனை நிபுணன் என்பது
தெருவிற்கே தெரியும்
மனிதக்கண்ணில்
மண் தூவி மறைந்திருக்கும் பாம்பை
பிடிக்கும் தொனியே தனி

ஒரு இடத்தில்
வைத்த கண் வாங்காமல் பார்த்தால்
அங்கே பாம்பு இருக்கிறது
என உசாராகலாம்.
✴

3

வாலாட்டுதல்
காதை விரைத்து கூர்பார்வை பார்த்தல்
மூக்கால் முட்டி முட்டி
முன் காலால் ம்ம்ம் எனப் பிராண்டுதல்
இவையாவும் ராபின் மொழிகள்

ஊமைகள் எப்போது பேசுவா
கவலைக்குரிய கேள்விக்கு நிகரானது
நம் நாய் பேசினால்
எப்படி இருக்கும் என்ற கேள்வி

எங்கள் ராபின்
பெட்டை சகவாசத்தை
காலைக் கடன் கழிக்கும் இடத்தை
மிக மிக ரகசியமாகவே
வைத்திருக்கிறான்

இரவு நேரத்தில்
குரைத்தால் கூர்க்கா
பாதி நேர பகல் தூக்கம்
உழைப்பதில்
நாய்கள் நாணயமானவை

விளையாடப் போன மகனோடு
ஓடி வந்த குட்டி
வளர்ந்து நிற்கிறது
எங்களையும் வளர்த்துக்கொண்டு.

✳

4

உங்களுக்குத் தெரியுமா
எதற்கெடுத்தாலும்
நாயே என ஏசியவர்கள்
நாய் வளர்த்து
அந்த நாய்க்கு
நாய்க்குட்டிகளாய் மாறிப் போனார்கள்

வளர்த்த நாய்
செத்துப் போனதாய்
எழுத்தாளர் ஒருவர்
கவலை தளும்ப பதிவு போட்டார்
சில நாள் கழித்து
பார்க்கப் போனேன்
நாயற்ற வீட்டின் முன்னால்
வைக்கப்பட்ட கும்பாவில்
தெரு நாய் ஒன்று
பால் குடித்துக் கொண்டிருந்தது.

✳

5

நாய்களின்
நீர்க் கழிவு அதீதமாய்
சிந்திக்க வைக்கிறது
விளக்குக் கம்பத்தில்
பச்சை மரத்தில்
வீடு தாங்கும் சுவரில்
இரு சக்கர வாகனப் பின் சக்கரத்தில்
சில சமயம்
துளசிச் செடியில்

பயன்பாட்டுப் புள்ளியில்
குறிபார்த்து
சட்டென கால் தூக்கி
அடித்து விட்டுப் போகும்

எங்கள் வீட்டிற்கு காரில் வருபவர்கள்
இறங்கி வீடு நுழைவதற்குள்ளாக
பின் சக்கரத்தில்
மூத்திர முத்தம் கொடுத்து விட்டு நகரும்
நமக்கு
பக்கென இருக்கும் பார்க்க

பின் சக்கரங்கள்தான்
உருட்டல் மூலமென
நாய்க்கு யார் சொன்னது?

நான் புதிதாய்
நான்கு சக்கர மகிழுந்து ஒன்று
வாங்கி வந்து
வாசலில் நிறுத்தும்போது
பின் சக்கரமொன்றில்
நாய் மூத்திரம் விட்டால்
பக்கெனப் பதறேன்
நாமியத்தால்
வாழ்த்துகிறது நாய்.

✳

6

இறந்து போன அப்பா
மூன்று மாதம் கழிந்து
வீடு திரும்பினார்

எங்கள்
தந்தையை
எங்களுக்கு
அடையாளம் தெரியவில்லை

எங்களையெல்லாம்
செல்லமாய் வளர்த்த
அப்பாவால்
மறக்கவா முடியும்

தந்தை பேரனை
ஆசையாய்த் தூக்குவது போல்
என் மகன்
என் தந்தையை
ஆசையாய்த் தூக்கிக் கொண்டான்

சைக்கிள் ஓட்டத் தெரியாததால்
நடையாளராகவே
எண்பது வயது வரை
பூமியளந்தவருக்கு
நான்கு கால்கள்
முளைத்திருந்தன

வருகிற போகிறவரிடத்தில்
வளவளவெனப்
பேசிக் கொண்டிருந்தவர்
பேச முடியாமல் மாறியிருந்தார்

எப்போது பார்த்தாலும்
பொட்டும்
திருநீற்றுப் பட்டையுடனும் இருந்தவர்
மதங்களைத் துறந்த
சூஃபி ஞானியைப்போல்
மாறிப்போயிருந்தார்

வட்டிக்கு வாங்கிய பணம்
பெருமளவில் குட்டி போட்டபோதும்
முகம் சுழிக்காமல்
வாழ்வின் வாய்க்குத்
தீனி போட்டவர்
வட்டியில் போட்ட சோற்றை
தின்னவேயில்லை
பூ வேலைப்பாடு கொண்ட
சைனா கும்பாவில்
போட்டபோதுதான்
சோறுண்டார்

அகவி | 85

எந்தவொரு
முன் பழக்கமும் இல்லாத
குட்டி நாயொன்று
உரிமையுடன் வீட்டிற்குள் நுழைந்த
நாளிலிருந்தே
எங்களில் ஒன்றாய் ஆகிப்போனதால்
நாங்கள்
ஒரு நாளும்
நாய் என்று
சொன்னதே இல்லை.

✳

7

ஒவென ஊளையிடும் ஒலிகள்
ஆண் பசலை

தெருவில் பேய் நடமாட்டம் எனத்
தவறான புரிதலில்
வெளிக்கதவில்
பூட்டால் அடைக்கின்றனர்

காமத்தின் கொடுங்காலம்
நாய்களை ஊளையிட வைக்கின்றன
வழியற்ற விரக வெப்பத்தில்
இளகி ஊளையிடும் ஆண் நாய்களின்
ராத்திரி அலறலில்
இருட் கண்களின் ரப்பைகள் அதிர்கின்றன

ஆண் வகை
வெகுவாய் உள்ள
இப்பெருந்தெருவில்
அரிதாய் ஓரிரு பெட்டைகள்

நன்றியுடையவை
காவல் செய்பவை
வாலால்
பேரன் பின் கொடி அசைப்பவை
குறியும் அதுசார் தளும்பும் உணர்ச்சிகளும்
எல்லா ஜீவராசிகளுக்கும் உண்டென
உணர்ந்தோமா

விந்து முடிச்சை வெட்டிவிடும்
முடிவின் இரவொன்றில்
தமது வம்சவிருத்தியின்
நீரோட்டப் பாதையை
தடுக்குமொரு பாவக்கறை
குறுக்கிடுமோவென
விலங்கு மருத்துவருக்கு
தொலைபேசி செய்து
அறுவை சிகிச்சை வேண்டாமென
சொல்லிவிட்டான் தகப்பனொருவன்.

பிறந்தநாள்

பிறந்தநாளை
அவன் கொண்டாடாமல் போகலாம்
அவனைக் கொண்டாடத்தான்
வருகிறது
பிறந்தநாள்

பிறந்தநாள்
ஒவ்வொன்றுும
அவரவரின்
உயிர் முகம் பார்க்கவே
வந்து விட்டுப்
போகிறது
நீங்கள் சொன்ன
நல்வாழ்த்தை இந்த நாளுக்கே
தந்துவிடுகிறேன்

இறந்தவன்
பிறந்தநாள்
காலச் சருகாய்
உதிர்ந்து அசையும்
இருப்பவன் மூச்சுக்காற்றில்

ஒரு பிறந்தநாள்காரன்
உலகத்திற்குத்
தரும் பிறந்தநாள் பரிசு
அவனின் இருப்பு ஒன்றுதான்

எனது
பிறந்த நாளான இன்று
எங்கள் வீட்டு பூபூ
எட்டுக் குட்டிபோட்டிருக்கிறது

ரொம்ப நாள்
காத்திருந்த
மேல் வீட்டு
மின்இணைப்பு
இன்றுதான் வெளிச்சக்கண்
திறந்திருக்கிறது

வேலைப் பளுவால் பிறந்தநாள்
மாலைப் பொழுதில்
அசந்து படுத்துக் கிடக்கிறேன்
என்
ஒவ்வொரு
பிறந்தநாளையும்
மரணம்
அச்சத்தோடுதான்
வேடிக்கைப் பார்த்துக் கொண்டிருக்கிறது
✳

அவர்கள் மனிதர்கள் மட்டுமல்ல

பேரெழுச்சியின் நெருப்புப்பீறிடலின்
மக்கள் வெப்பம்
ஒன்றரை கோடிக்கு மேல்

அதிகாரக்காடு
எரியத் தொடங்கி விட்டது

வாழ்வு கவ்வும்
முரணைத் திருத்த
கலப்பைப் பெருங்கூட்டம்
கோடியைத் தாண்டி
குமுறலைக்
கக்குவதால்
கண்ணீர் புகைக்குண்டுகளை வீசுகின்றனர்

தேசத்தின்
ஆகார
ஜீவன்கள்
லத்திகள் வலு காட்டுகின்றன.
கொடும் அரசியலை
குழி தோண்டிப்
புதைக்க நெருங்கும்
நியாயக் கிளர்ச்சியாளர்களைத்
தடுக்க
சாலைகளைக்
குழிகளாக்கி
பிணமென பேசாமல்
நிற்கிறது அதிகார எந்திரம்

இரவுகளால் செய்த
பகல் ஆயுதங்களாய்
விவசாயிகள்

கோதுமைகளே
நிலங்களை
சுமந்து வந்தாற்போல்
பாராளுமன்றம் நோக்கி
நெருங்கிக் கொண்டிருக்கிறார்கள்

ஊடகங்களின்
கண்கள்
ஜால்ரா பொறி பட்டு
புண்களாகி விட்டன
குடியரசை மிதித்து நடக்கும்
ஆணிக்கால் செருப்புகளின்
ஆணவ நடை
ராணுவ
ஆயுதங்களின் அடக்குமுறை
கார்ப்பரேட் தோழமையின்
கட்டவிழ்த்த வெறி
எதனாலும் சரிக்கட்ட முடியவில்லை
சனநாயகத்தின்
பேரவமானத்தை.

அவர்கள்
நெருங்கிக் கொண்டிருக்கிறார்கள்
அவர்கள்
மனிதர்கள் மட்டுமல்ல
நிலங்கள்
விதைகள்
உரிமைக்காய் சிவந்த
ஏர் முனைகள்

நீதியின்
முகவரி எழுத
இன்னும் கொஞ்ச நேரத்தில்
நெருங்கி விடுவார்கள்
அவர்கள்.
✴

மிச்சங்கள்

ஊர்க்காரனை
நகரத்தில் பார்க்க நேர்ந்தால்
ஊரையே பார்த்தது போலிருக்கும்
அவன்
களைத்துக் களையோடிதான் இருப்பான்
வா வீட்டிற்கு என்றால்
முடிக்காத பணி
முன் நிற்பதைச் சொல்லுவான்
இன்னொரு சமயம்
வருவதாய்
முன்பதிவு வாக்குறுதியை
உதிர்ப்பான்

ஊர்க் கதை கலந்த
சிறிது நேர தேனீர் பருகலில்
புதுப்பித்துக் கொள்ளலாம்
உள்ளூர் உணர்வுகளை.

வயதான அப்பா குறித்த
பேச்செடுக்கலாமென
உள் ஓடுகையில்
அவர் இருப்பது போலும்
இல்லாதது போலும்
இருக்கிறார்
மேலோங்கும்
ஞாபக நம்பிக்கையால்
அப்பாவை விசாரித்த
கணத்தில்
அப்பா இறந்து மூன்றாண்டு........ என
முடிப்பதற்குள்ளாகவே
பதறிச் சமாளிப்பேன்

பிடுங்கப் பட்ட செடிகளின்
நிலந் தங்கிய கடலைகளை
உழவின் போது
காட்டுப் பறவைகள்
பொறுக்கிக் கொள்வது போல
இல்லாதவர்களின்
மிச்சங்களை
பொறுக்கிக் கொள்கிறோம்
ஏதாவது ஒரு வகையில்.
✻

கொள்ளி வாய்ப் பிசாசு

என்னை நான்
அடக்கம் செய்தல்
முயன்று முயன்று நடந்தது
எரிக்கப்பட்ட
புதைக்கப்பட்ட
கெட்ட பழக்கங்கள்
உயிர்த்தெழுந்து
எப்போதும்
என்னைத் தேடி வரலாம்
புதுமுகமாய்
மாற்றிக் கொண்டதால்
என்னைக்
கண்டுபிடிக்க முடியாமல்
அலைகின்றன
கெட்ட பழக்கங்கள்.
✷

கடைக்காரர் என்ன ஆனார்

ஒற்றைக் கால் சட்டையோடு
வெறிச்சோடிப் போய்
நின்றிருந்தது
பேருந்து நிலையம்

சாத்திக்கிடக்கும்
கடைக்காரர்கள் சிலர்
உள்ளூர்
மந்தைவெளிக் கல்லில் அமர்ந்து
பீடி குடித்துக் கொண்டோ
போதை தலைக்கேறி
மூக்குத்தியைக் கழற்றித் தராத மனைவியை
தரதரவென இழுத்துப் போட்டு
அடித்துக் கொண்டோ
சாகிறவரையில்
மூஞ்சியில் முழிக்க மாட்டேன்
என்றதை மறந்து
மூன்று ரூபாய் வட்டிக்கு
கடன் கேட்டு
நின்று கொண்டோ
இருக்கலாம்
வாழ்வைத் திறக்குமொரு
சாவியை
தேடிக் கண்டுபிடிப்பது
எவ்வவு சிக்கலாகிக்
கிடக்கிறது.

✳

வரவேற்பு

ஒற்றைக் குருவியொன்று
பப்பாளி மரச் செடியில்
உட்கார்ந்து தூங்குகிறது
தினம் தினம்

வானத்தை அளந்து நிதம்
வாழ்வாங்கு வாழும் அது
காட்டை, கூட்டை,
குடும்பத்தை விட்டு
எதற்காக
சிறு செடியொன்றில்
வந்தமரவேண்டும்?

பரந்த வான் பரப்பை
நிறைந்த வெளி நிலத்தை
தன்
சின்னச் சிறகுகளுக்குள்
தூங்க வைத்து
தூங்குகிறது குருவி
அவசர அவசரமாய்
எழுந்து
ஆகாயம் கலப்பது
சூரியனை
வரவேற்கப் போகும்
முதற் பறவை
என்பதாகவும் இருக்கலாம்.
✷

கவிக்கோ

பிரபஞ்சத்தின்
நுண் கதவுகள் யாவும் திறந்து கொள்ள
கண்மூடிப் போனார்
கவிக்கோ

ஆயிரமாயிரம்
கர்ப்பப்பைகளில்
கவிதை ஊற்றுக் கண்களை
திறந்து விட்டவர்
இறுதியாக
மரணத்தின்
பிச்சைப் பாத்திரத்தில்
மானுடச் சோறானார்

பால் முலை
இழந்த பிள்ளைகளாய்ப்
பரிதவிக்கின்றனர்
கவியெழுதிகள்

இயற்கையின்
இன்னிசையை
தன் கவிதைகளால்
மொழி பெயர்த்த போது
மதங்களிலிருந்து
விடுதலையானார் கடவுள்

வேதப் புத்தகங்களின்
தாள்களைத் தின்னும்
கழுதைகளாய்
மனிதர்கள் இருந்த போது
அவற்றைத்
தின்று செறித்து
கடவுள் பால் சுரந்தார்

கவிக்கோ
கவிதை தேவதைகளை
வீட்டிற்கு அழைத்து
ஒரு முறை
தேனீர் கொடுத்த போது
மன்மதக் கவிகளின்
இதழ்கள்
அதில் மிதந்தன
கோபங்கொண்ட தேவதைகள்
நட்சத்திரங்களை அள்ளி
வீசினர்
சூரியனாய்ச் சிரித்துவிட்டு
எதிர்வினையாய்
கஸல் கவிதைகளை
தேவதைகள் மேல்
எடுத்து வீசினார்
– கவிக்கோ

படியேறத் தெரியாமல்
ஒரே இடத்தில்
வாழும்
தற்செயல் தவளைகளுக்கு
வானம் கூட
கொஞ்சோண்டுதான்.
✳

எழுதுவேன் அப்போது

இந்த
வறண்ட நிலத்தின்
பெருமழை நீரோட்டம்
நுரையாய்ப் பொங்கி
ஓடும் ஓடை
என்னோடு பேசாமல்
அவசரமாய் ஓடுகிறது

பொசுக்கும்
ஒரு கோடை கால
மத்தியானப்பொழுதில்
அது
பேசும் என்னோடு
அந்த பேச்சின்
சிலுசிலு குளிரலை
எழுதுவேன் அப்போது.
✳

நினைவுபடுத்தாதீர்

புறநகர் பிரிவுச்சாலை
சாலை போடும்
சரளைக் கல்லில்
தீனி தேடிய
சிட்டுக்குருவியைப்
பார்த்தேன்
பார்க்கப் பார்க்க
இதயம் கனக்கிறது
இனக் கூட்டம் இழந்த
தனிமை

இயல்புணவை
இழந்த
வேற்று நில மனிதனின்
புது நில
உணவுத் தேடல்
போல்
பரிதாபமாக
இருந்தது
அந்தச் சிட்டு

மாலை நேர
மின்சாரக் கம்பிகளில்
வரிசை வரிசையாய்க்
குந்தித் தெரிந்ததை
நினைவுபடுத்தாதீர்

அலகால் உடலைக் கோதும்
அந்தக் கால காட்சி
என் பிள்ளைப் பிராய
ஓவிய நினைவுகள்

சிட்டுக் குருவிகளின்
பழைய வாழ்க்கையை
யாரும்
நினைவுபடுத்தி விட வேண்டாம்
தன்னந்தனியாய்
இந்த சரளைக் கல்லில்
தானியம்
தேடும்
சிட்டுக் குருவிக்கு.

✦